ஓ பிரபஞ்சமே...

பிரபஞ்சமே..

கீர்த்தி தங்கமுத்து

Made with ♥ on the Notion Press Platform
www.notionpress.com

பொருளடக்கம்

பொருளடக்கம்

பொருளடக்கம்

பொருளடக்கம்

முன்னுரை

Congratulations-you picked up a book! You left YouTube, Instagram, Facebook or whatever exciting stuff we have on our phones and picked up a book.

And you picked up my book-so thank you for that. It is never just my book, though It belongs to a lot of people who helped me through the process of writing it. I am fortunate enough to have so many people who showed me with love and encourage to do better.

Naveenprasanth my editor, friend and first reader-thanks for your invaluable help.

I have a wonderful joint family and I love all my family members. My family-a pillar of support in my life. Thank you for being there. This book has been written on the basis of my experience of communicating with nature and people around me. I have included as much information about the importance of nature and people. Simultaneously I have included the way in which, it work in accordance with the moving generations. Almost every page will bear witness with my own thoughts and feelings. I owe a lot to other friends who offered valuable comments during the preparation of this book. To all these and to my innumerable friends and family I offer my sincere thanks.

அத்தியாயம்1

எதிர்த்து நிற்கும் மரம்
மோத வரும் காற்று
இருவருக்கும் தள்ளு முள்ளு
கடைசியில் வெற்றி என்னவோ
காற்றுக்குத்தான் என்றாலும் மரம்
இதுவரை எதிர்த்து சண்டையிடுவதை
நிறுத்தவே இல்லை..

அத்தியாயம் 2

ஏமாற்றிய மனிதனை விட்டுவிடு
ஏமாற்றும் நண்பர்களை கண்டுபிடி
காதலை விட நட்பின் வலி எவ்வளவு
பெரிது என்று அப்பொழுது தான் தெரியும்...!

அத்தியாயம் 3

மின் விளக்குகள் இல்லாத

அக் குடிசைப் பகுதியில்

நிலா தன் ஒளியை

உற்சாகமாய் பாய்ச்சிக் கொண்டிருக்கிறது

இன்னும் அம் மக்கள்

இரவின் வெளிச்சமாக அவனைமட்டும்

நம்புவதால்...!

அத்தியாயம் 4

இயற்கையை மறந்து
செயற்கையை நாடினோம்
இருளில் மூழ்கினோம்
என்னவென்று அறியாது
ஆழிப்பேரலையும் ஒரிவில்
பாடம் புகட்ட
இனியாவது அறிவோம்
இயற்கையின் மகிமையை...!

அத்தியாயம் 5

யாரும் இல்லா காட்டில்
தனி மரம் ஆனேன்
பேச வேண்டிய நேரத்தில்
ஊமை ஆனேன்
பாசங்கள் அனைத்தும்
பொய் ஆனது
என் வாழ்க்கை அனைத்தும்
கேள்விக் குறி ஆனது..

அத்தியாயம் 6

சிறிது வித்தியாசமானது தான்
நினைக்க வேண்டியதை
மறக்க வைக்கும்
மறக்க வேண்டியதை
நினைக்க வைக்கும்...!

அத்தியாயம் 7

குழந்தைப் பருவத்தில்

பள்ளிக்கு செல்லும் போது

அழுதோம்

பள்ளிக்கு வரமாட்டேன்

என்று...

படிப்பை முடித்து செல்லும் இவ்வேளையில்

அழுகிறோம்

பள்ளியை விட்டு வரமாட்டேன்

என்று....

அத்தியாயம் 8

நீ இருக்கும் வரை எனக்கு கவலையில்லை

நீ இருக்கும் வரை எனக்கு தனிமையில்லை

நீ இருக்கும் வரை எனக்கு பயமில்லை

நீ இருக்கும் வரை எனக்கு துன்பமில்லை

என்னை விட்டுப் போய் விடாதே

ஒருபொழுதும்

உன்னை விட்டுப் பிரியாது என்னுயிர்

எப்பொழுதும்..!

அத்தியாயம் 9

யாரையும் வெறுக்காதே

யார் மனதையும் புண்படுத்தாதே

நீ நீயாக இரு

பிறருக்காக உன்னை மாற்றிக் கொள்ளாதே

நீ மாறி விடுவாய்

அவர்கள் மாற மாட்டார்கள்

உன்னை ஏமாற்றி விடுவார்கள்....!

அத்தியாயம் 10

என் மனம்

சரி என்று சொல்ல

பிறர் மனம்

தவறு என்று சொல்கிறது

ஒரு சில கடினமான இடத்தில்

என் மனம் சிந்திக்க முடியாத நிலையில்

பிறர் சொல்லும் வழிமுறைகள் சரிதான்

அவர்கள் என் அன்புக்கு உரியவர்களாக

இருந்தால்...

அத்தியாயம்11

வானுக்கு அழகு வானவில்

பூமிக்கு அழகு பசுமை

மனதிற்கு அழகு உண்மை

உண்மை கொண்ட உள்ளமே

பேர் உள்ளமோ

உண்மைதான் மனிதனுக்கு காவலனோ...!

அத்தியாயம் 12

நானாக கழித்த வீணான நேரங்கள்

காணாமல் போன பின்பு

தானாக வருமா ?

வீணாகக் கடந்த பொழுதுகள்

தேனாக நினைத்து அழைத்தாலும்

கோனது வருமா ?

காலம் பொன்னானது

கடமை கண்ணானது

வாழ்வு மண்ணானது

மனதோ புண்ணானது

அத்தியாயம் 13

தொடக்கத்தில் பிறப்பு தேடல்

பிறந்த பின்பு இறப்பு தேடல்

வறுமைக்கு பணம் தேடல்

பணத்திற்கு நிம்மதி தேடல்

பசிக்கு உணவு தேடல்

பணம் பெருத்த பின் பசியே தேடல்

வாழ்வில் ஒவ்வொன்றும் ஒவ்வொரு தேடல்

வாழும் வாழ்க்கையே ஒரு வகை தேடல் ஆனதே..!

அத்தியாயம் 14

ஆண் என்ற ஆணவத்தில்

பெண்ணை சீண்டாதே

பெண்களை மதி

உன் தாயும் ஒரு பெண்

என்பதற்காக அல்ல

நீ ஒரு சிறந்த

ஆண் என்பதற்காக...!

அத்தியாயம் 15

உயிர் தந்தவள் தாயாகிறாள்

அன்பு கொண்டவள் தங்கையாகிறாள்

உணர்வு புரிந்தவள் தோழியாகிறாள்

உதிரம் சுமப்பவள் துணையாகிறாள்

அகிலம் கற்றுத்தரும் ஆசானாகிறாள்

மண்ணை நேசிக்கும் காவலாகிறாள்

உயிரைக் காக்கும் மருத்துவராகிறாள்

நாட்டை வழி நடத்தும் தலைவியாகிறாள்

ஆண்களை அழகாக்கும் தேவதையாகிறாள்

இயற்கையை உருவாக்கும் இறைவியாகிறாள்

அத்தியாயம் 16

காற்றுக்குப் புரியும்
மரத்தின் மொழி..
அலைகளுக்குப் புரியும்
ஆழ்கடலின் மொழி..
வண்டுகளுக்குப் புரியும்
பூவின் மொழி..
நிலவுக்குப் புரியும்
இரவின் மொழி..
தாய்க்குப் புரியும்
சேயின் மொழி..
அமைதி இருக்கு
ஆர்ப்பாட்டம் எதற்கு...!

அத்தியாயம் 17

உலகில் தோன்றிய முதல் மொழியே

உனக்கு ஈடுண்டோ

தோண்டத் தோண்ட கிடைக்கும் ரகசியமே

உனக்கு வயதுண்டோ

பார்க்கப் பார்க்க வியக்கும் அற்புதமே

உனக்கு விலையுண்டோ

புதைந்து கிடக்கும் உண்மை கண்டறிய

பல காலம் தேவையோ..!!!

அத்தியாயம்18

சூழ்ந்து வரும் கார்மேகங்கள்

மெல்ல இருண்டு விட்ட வானம்

ஏக்கங்களை தீர்த்து வைத்த இடியின் பேரொளி

மண்ணை சுழற்றிக்கொண்டு வீசும் ஈரக்காற்று

இதை கவனித்துக் கொண்டே

முகத்தில் விழுந்த மழைத்துளியுடன்

தன் கண்ணீரையும் துடைத்துக் கொண்ட

விவசாயி

பூரிப்பில் எம் பூமி...!

அத்தியாயம் 19

ஒவ்வொரு வருடமும்

நீ என்னை ஏமாற்றினாலும்

அதே எதிர்பார்ப்புடன்

காத்துக் கிடக்கிறேன்

விதைத்திருக்கும் விதைகளுக்கு

பச்சை வண்ணம் தீட்ட

நீ வருவாய் என்று...

அத்தியாயம் 20

மேகம் வேகமாக வர

மின்னல் வெண்மையாக மின்ன

இடி சத்தமாக இடித்திட

மேகம் மேகம் முட்டிக்கொள்ள

இடி இடித்து இடித்து அழுக

வரும் பொலிவு தான்

மழையோ..!!

அத்தியாயம்21

உழவுக்கு உழுதுவைக்க
மாட்டோடு மாடாய் உழைக்கும்....
உடல் நனைக்கும் வியர்வையெல்லாம்
பூமியில் கலக்கும்....
வியர்வையை குடித்தபின் தான்
பூமி செழிக்கும்....
அந்த உழைப்பை வாங்குவதெல்லாம்
செல்வத்தில் மூழ்கும்....
உழைப்பை கொடுத்தவர்கோ
ஒருவாய் கஞ்சிதான் நிலைக்கும்...!

அத்தியாயம்22

மழைக்கு உன்னை பிடிக்கும்

உனக்கு மழையையும் மலைகளையும் பிடிக்கும்

மழை பொழிந்து நின்றதும்

நீ தோன்றுவாய்...

சிரித்துக் கொண்டே

ஏழு வண்ணங்களில்...

இரட்டையர்கள் போன்று இருக்கும்

மலைகளுக்கு இடையில்...!!

அத்தியாயம் 23

நிலவோடு ஒரு பயணம்
வெளிச்சம் கிடைத்தது..!
சூரியனோடு ஒரு பயணம்
வெப்பம் கிடைத்தது..!
நிழலோடு ஒரு பயணம்
நிஜம் கிடைத்தது..!
தென்றலோடு ஒரு பயணம்
காற்று கிடைத்தது..!
கடலோடு ஒரு பயணம்
அலை கிடைத்தது..!
மலரோடு ஒரு பயணம்
வாசனை கிடைத்தது..!
இயற்கையோடு ஒரு பயணம்
எல்லாம் கிடைத்தது..!

அத்தியாயம் 24

உன்னைப் பார்த்த உடன்

மனதுக்குள் ஒரு குரல்

நீண்ட நாள் தொடரும்

உறவு என்று

நீ பேசிய வார்த்தைகள்

புதிதாக இருப்பினும்

அது என்னுடன் நெடுநாள்

பயணம் ஆகப் போகும்

ஒரு குரல் என்பது

எனக்கே தெரியாத உண்மை...!

அத்தியாயம் 25

மழை வருகையில்
நீ குடையாக மாறுகிறாய்...
சூரியன் சுட்டெரிக்கும் நேரத்தில்
நீ நிழல் தந்து
பலரைக் குளிர வைக்கிறாய்...
பல பறவைகள்
உன்னை வீடாக நினைத்து
உன்னை விட்டு பிரிவதில்லை...
ஆனால் உன் அருமையோ
எங்கள் மனித இனத்திற்கு
புரிவதில்லை...!

அத்தியாயம் 26

வண்ண வண்ணமாய் தோன்றுகிறாய்
குழந்தைகளுக்கு உன்னை பிடிக்காதவாறு
செய்கிறாய்...
பெற்றோர்களிடம் திட்டுவாங்க
செய்கிறாய்...
உன்னை நினைக்கையில் பயம் தோன்றும்
உன்னைப் புரிந்துகொள்ள என்னால் முடியவில்லை
அதற்கு என் ஆயுள் முழுவதும் வேண்டுமோ...!!

அத்தியாயம்27

உன்னை நன்றாக பார்த்துக் கொள்பவர்களுக்கு

அன்பைக் கொடு...

உன்னை வெறுப்பவர்களுக்கு

நன்றி சொல்...

உன்மேல் தவறு இருக்கையில்

மன்னிப்புக் கேள்...

உன்னை ஏமாற்றியவர்களை

விட்டுவிடு...

ஏனெனில் உன்னை ஏமாற்றுவதே

அவர்களுக்குப் பொழுதுபோக்கு....!

அத்தியாயம்28

ஒரு அதிர்ஷ்டத்தின் அருமை
உணர்ந்தால் மட்டுமே
தெரியும்..
கடந்த பின் உணர்ந்தால்
அது அதிர்ச்சியாக மட்டுமே
இருக்கும்..!!

அத்தியாயம் 29

யார் உன்னை வெறுத்தாலும்
உன்மேல் இருக்கும் நம்பிக்கையை
நீ விட்டு விடாதே
யார் உன்னை தள்ளி வைத்தாலும்
உன்னுடைய எல்லைக்கோடு
உனக்கு தெரியும்
நீ யார் என்று மற்றவர்களைவிட
உன்னைப் புரிந்து கொண்ட
உன் மனதிற்கு நன்றாகத் தெரியும்
உன் திறமை உனக்க
மற்றவர்களைத் தள்ளி நிறுத்து..!

அத்தியாயம் 30

சண்டை அது பலமுறை

ஆனால் மனதில் நிற்பது

மகிழ்ச்சி மட்டுமே

சண்டை அல்ல

பள்ளியில் சேர்ந்த நாட்களில் இருந்து

பல நண்பர்கள்

கடந்து சென்று இருப்பார்கள்

ஆனால் நினைவில் இருப்பது

சிலர் மட்டுமே

பலமுறை பாடிய பாட்டு

அதைப் பாடும் நேரங்களில் சிரிப்பு

அதே பாட்டை

பிரிந்து செல்லும் நேரத்தில் கேட்கும்போது

கண்ணில் கண்ணீர்

இதே பாட்டை திரும்ப

அதே சிரிப்புடன் பாட முடியாதென்று....

அத்தியாயம்31

உன் பாசம் ஒரு தாய் போலும்
உன் பார்வை ஒரு தந்தை போலும்
உன் பேச்சு ஒரு சகோதரன் போலும்
உன் குறும்பு ஒரு குழந்தை போலும்
என் மனதை புரிந்து கொண்ட
மற்றொரு உயிர் நீ
நீ யாரென்று கேட்டால்
தலை நிமிர்ந்து சொல்வேன்
என் தோழன் என்று..!

அத்தியாயம்32

பட்டாம்பூச்சியாய் நாங்கள்

சிறகு கொண்டு பறக்கிறோம்

சிறகு உருவானது

உங்கள் உழைப்பால் மட்டுமே

இன்னும் சில மாதங்களில்

நாங்கள் சென்று விடுவோம்

வானில் பறக்க

ஆனால் உங்கள் உழைப்பு

இருந்து கொண்டே இருக்கும்

இன்னும் பல பட்டாம்பூச்சிகள்

வெவ்வேறு வானங்களில் பறக்க...!

அத்தியாயம் 33

ஏழு வண்ணம்

மேகக் கூட்டம்

மரம் அசைய

மயில் ஆட்டம்

குயில் பாடும்

பட்டாம்பூச்சி தள்ளாட்டம்

இக்காட்சியே

இயற்கையின் வெள்ளோட்டம்...!

அத்தியாயம்34

நீ பல வண்ணங்களில் தோன்றுவாய்

உனக்குப் பல பெயர்கள் உண்டு

குழந்தைகளுக்கு உன்னைப் பிடிக்கும்

நீ புழுவில் இருந்து வருவாய்

பூக்களை சுற்றுவாய்

பறந்துகொண்டே..!!

அத்தியாயம் 35

நான் உருவானபோது பெருமைப் பட்டாய்

கருவில் வளரும்போதே தொட்டு ரசித்தாய்

சண்டை போடும் போதெல்லாம் திட்டினாய்

தூங்கிவிட்டேன் என்று நினைத்து முத்தமிடுவாய்

கண்களைத் திறந்ததும் பார்த்து சிரிப்பாய்

அம்மா என நான் சொல்லும் ஒரு வார்த்தைக்கு...!

அத்தியாயம் 36

நான் பிறந்ததும் உன் கைகளில்

ஏந்திக் கொண்டாய்

நான் அழுத போது தோள்களில்

சுமந்து நின்றாய்

நீ கானா உயரங்களை

நான் காண ஆசைப்பட்டாய்

உன் தலைக்கு மேல் உட்கார வைத்து

அழகு பார்த்த உன்னை

ஒருபோதும் தலை குனிய

விடமாட்டேன்....

அத்தியாயம்37

முப்பிறவியில் நீ செய்த தவமோ

இப்பிறவியில் நான் செய்த வரமோ

நான் உன் அக்காவாக பிறந்தது...

நான் பெற்ற சின்ன சின்ன வெற்றிகளையும்

சிகரத்தைப் போல் உயர்த்திப் பேசுவாய்...

ஒவ்வொரு நொடியும் என்னோடு இருந்து

என் உயர்வையே உன் வாழ்க்கையின்

லட்சியமாக்கிக் கொண்டாய்...

தம்பி உடையான் படைக்கு அஞ்சான்

என்பது இதிகாச பழமொழி

என்னோடு நீ இருந்தால்

அந்த இமயமும் என் காலடியில்

என்பது என் மொழி...

தம்பி உனக்காக நான் எழுதிய

உண்மை கவிதை சில பொய்களோடும்

உண்மையாக்கிக் கொள்ளும் ஆசைகளோடும்...!

அத்தியாயம்38

பச்சை இலை மாளிகையில்

பதுங்கி இருந்தாய் மொட்டாக

பனித்துளியும் ஆசைகொண்டு

உன்மேல் பால்நூக்கம் போடுகின்றதே

உன் புன்னகையால்

அகிலத்தின் அழகை கூட்டுகிறாய்

அழருக்கு அழகாகிறாய்

பெண்ணின் கூந்தல் உன்னை ஏற்கின்றது

கூந்தலுக்கு கிரீடமும் நீதான்

என்று நினைத்து....

அத்தியாயம்39

ஓடாதவன் கையிலும்
நிற்காமல் ஓடுவான்
உழைக்காதவன் வீட்டிலும்
உறங்காமல் உழைப்பான்...
கண்மூடித் திறப்பதற்குள்
காலம் ஓடிவிடுமென்பதைக்
கண்முன்னே உணர்த்துகின்ற
காலக் கருவியே கடிகாரம்....!

அத்தியாயம்40

இணைய இயக்கம் இதனால் இயங்கும்
அவசியமானது அனைவரின் வாழ்வில்
கைபேசி நீ இல்லாமல் அணைந்து விட
கதிகலங்கி கையிழந்தவர் போல
பரிதவித்து போகிறார்களே...
ஒரு நிமிடம் கூட
ஒளிந்து கொள்ளாதே
தள்ளிச் செல்லாதே
தவிக்க விடாதே....!

அத்தியாயம் 41

உன் மழலையில் பூத்த வார்த்தைகளும்

உன் வார்த்தையில் தொடுத்த வாக்கியமும்

உன் சிரிப்பில் கரைந்த என் கோபமும்

உன் கோபத்தில் மறைந்த என் கண்டிப்பும்

உன் விரல்கள் தழுவிய என் கன்னமும்

என் கன்னம் உரசிய உன் பாதங்களும்

உன் அழகிய முகம் தேடி அலையுதம்மா...!

அத்தியாயம்42

பொட்டு வைக்க மறவாதே
நிலவு அங்கே குடிகொள்ளும்
காலணி அணிய மறவாதே
பூமி ஈர்ப்புவிசையால் ஈர்த்துவிடும்
காதணி அணிய மறவாதே
ஆலவிழுதுகள் அங்கே வளர்ந்துவிடும்
உதட்டுச்சாயம் பூச மறவாதே
தேன் எடுக்க வண்டுகள் படையெடுத்து விடும்....!

அத்தியாயம் 43

இவ்வுலகில் தயாரிக்கும் எப்பொருளுக்கும்

காலாவதி தேதி உண்டு

இதை மறக்காமல் இருக்கும் நமக்கு

இறப்புத் தேதி தெரியாமல்

பிறப்புத் தேதியை அறிந்து வைத்திருக்கின்றோம்

இன்று வரை நாம் எவரும்

இறப்பு நாளை நினைப்பதில்லை..

இறப்பு நாளை நாமறிந்தால்

இருக்கும் நாள் இறுக்கமாகும்

இருக்கும் வரை என்பதாலேயே...!

அத்தியாயம் 44

காற்றாக வருகிறாயா

கார்முகிலாக வருகிறாயா

மதியாக வருகிறாயா

மலரில் மணமாக வருகிறாயா

மண் வாசமாக வருகிறாயா

மழலையர் சிரிப்பாக வருகிறாயா

எப்படி ஆயினும் சரி

மீன் வடிவ கண்களில் கண்ணீர்

கடலாக நிலைத்திருக்கிறாயே...

அத்தியாயம் 45

கட்டி அணைக்கும் போதும்
வண்ணக் கனவுகளில்
உலகத்தை மறக்கும் போதும்
உடன் இருந்த உதவுவாய்...
மௌனமாய் நான்
சிந்தும் கண்ணீரை
பிறர் அறியாது
தடுக்கும் அணை
தலையணை...!

அத்தியாயம்46

கறை இல்லா நிலவு நீ
காலையில் விழும் பனியும் நீ
தூசி இல்லா தென்றல் நீ
தூக்கத்தில் வரும் கனவும் நீ
என் வார்த்தைகளின் கவிதை நீ
என் வாழ்க்கையின் துணையும் நீ...

அத்தியாயம் 47

தனிமை அது பழகியது

வெறுப்பு அது அதிகரித்தது

கோபம் அது நெருப்பு

காட்டவில்லை அதை மறைத்து

அத்தியாயம்48

நிலமோ...

தன் வலிமையைக் காட்ட

மண்ணில் புதைந்த விதை

மரமாக உருவெடுத்தது

மரம் தன் வலிமையைக் காட்ட

வேர் ஊன்றி எழுந்து நின்றது...!

அத்தியாயம்49

நீரோ....

தன் வலிமையைக் காட்ட

கல், முள், மலை என்று பாராமல்

உருண்டு ஓடியது

கடலாக உருவெடுத்தது

கடல் தன் வலிமையைக் காட்ட

அலையாக சீறி எழுந்து

சுறாவளியை விழுங்கியது..!

அத்தியாயம் 50

நெருப்போ....
தன் வலிமையைக் காட்ட
காட்டுத் தீயாய் உருவெடுத்தது
காட்டுத் தீயோ
தன் வலிமையைக் காட்ட
காட்டை அழித்து
புகை மண்டலத்தை உருவாக்கியது....!

அத்தியாயம்51

காற்றோ...

தன் வலிமையைக் காட்ட

ஆண்டுக்கு ஒருமுறை என்ற கணக்கில்

சூறாவளியாக உருவெடுத்தது

சூறாவளி தன் வலிமையைக் காட்ட

சுற்றி இருப்பவற்றை

சூறையாடி அச்சுறுத்தியது...!

அத்தியாயம்52

ஆகாயமோ....
தன் வலிமையைக் காட்ட
மேகங்களை கூட்டி
மழையாக உருவெடுத்தது
மழை தன் வலிமையைக் காட்ட
குளமாகவும், குட்டையாகவும்
ஆறாகவும், கடலாகவும்
உருவெடுத்தது...!

www.ingramcontent.com/pod-product-compliance
Lightning Source LLC
Chambersburg PA
CBHW031241130726
47988CB00008B/3178